பறவை தினங்களைப் பரிசளிப்பவள்

சக்தி ஜோதி

பறவை தினங்களைப் பரிசளிப்பவள்	:	கவிதைகள்
ஆசிரியர்	:	சக்தி ஜோதி
	:	© ஆசிரியருக்கு
முதற்பதிப்பு	:	மார்ச் 2014
வெளியீடு	:	வம்சி புக்ஸ்
		19, டி.எம்.சாரோன்,
		திருவண்ணாமலை - 606 601
		செல்: 9445870995, 04175-251468
அச்சாக்கம்	:	மணி ஆப்செட், சென்னை-600 077
விலை	:	90/-
ISBN	:	978-93-80545-40-0

Paravai Thinagalai Parisalippaval	:	Poems
	:	Sakthi Jothi
	:	© Author
First Edition	:	March 2014
Published by	:	Vamsi books
		19 D.M.Saron,
		Tiruvannamalai - 606 601
		9445870995, 04175-251468
Printed at	:	Mani Offset, Chennai - 600 077
Price	:	₹ 90/-
ISBN	:	978-93-80545-40-0

vamsibooks@yahoo.com * www.vamsibooks.com

சக்திவேலுக்கு

ஒப்புக்கொடுத்தலின் கணங்கள் :

தினக்குறிப்புப்போல இரண்டு மாதங்களுக்குள் எழுதப்பட்ட கவிதைகளே இவை . அந்தந்த கணங்களின் உணர்வுகளுக்கு என்னை ஒப்புக் கொடுக்கிறவளாக எப்பொழுதும் இருக்கிறேன் . அந்த ஒப்புக்கொடுத்தலின் கணங்களையே விதையாக்கியிருக்கிறேன்.

கவிதை எழுதுதல் என்பது தொடர்ந்து நிகழ்த்தமுடியுமா. அன்றாடம் கவிதை தோன்றுமா அல்லது கவிதை என்பது அன்றாட பயன்பாடாக கணந்தோறும் நிகழும் ஒன்றாக அமையுமா என்று நினைத்துப் பார்க்கிறேன். என்னுடைய ஆரம்பகால கவிதைமனம் இன்றுவரையில் அப்படியே தொடர்ந்தியங்குவது எதனால் என சிந்தித்துப்பார்ப்பதுண்டு.

ஆழ்ந்த சிந்தனைக்கான வெளியும் நிகழ்தருணத்தை பரந்துபட்ட புறநிகழ்வுகளோடு அல்லது உள்ளார்ந்த அகநிகழ்வுகளோடு இணைத்துப்பார்க்கவும் அவற்றை கவிதை கணமாக்கிவிடக்கூடிய மனமும் கவிஞனுக்கு வாய்க்கவேண்டும் என்பதை அறிந்திருக்கிறேன். என்னுள் சதா இயங்கும் மனம் அந்தந்த கணத்தை கவிதையாக்கிவிடத் தவிக்கிறது . இயல்பான இருப்பில் தன்னை உணர்த்திவிடுகிற எதுவும் எனக்குக் கவிதைக் கணத்தை வழங்கிவிடுகிறது . கவிதை என்பது எனக்கு இன்னொரு நானாக உள்ளே இருந்து இயங்குகிறது என்றே நம்புகிறேன்.

என்னுடைய கவிதைகளில் எல்லா இரவுகளின் கதவுகளும் ஒரேவிதமாகத் திறக்கப்படுவதில்லை. ஒருநாள் என்னுடைய பால்யகாலத்துத் தெருக்களைத்

திறந்து வைக்கிறது. மற்றொருநாள் இருத்தலுக்கும் இன்மைக்கும் இடையே பறவைக்கனவு கண்ட தினங்களைத் திறந்துவைக்கிறது.

பழுப்பேறிய காகிதங்களாக மனதின் அடுக்குகளுக்குள் பத்திரப்படுத்தபட்டிருக்கும் என்னுடைய வாழ்வு இரகசியச்சொற்களும் குறியீடுகளும் அற்ற நேரடிச் சொல்லாடலில் குருதி கொப்பளிக்கும் அன்றாடத்தையும் உள்ளடக்கியது . தேடலில் மனம்தொலைந்தபடியிருக்க தொடர்ந்து எழுதத் தோன்றுகிற மனதிற்கும் எப்போதும் வாசிப்பிலிருக்க விரும்பும் செயலுக்கும் மத்தியில் கவிதை எழுதுதல் என்பது நிகழ்கிறது .

கணந்தோறும் என்னை நான் கவிதா வெளிக்குள் முடிச்சிட்டுக்கொள்ள முயலுகிறேன் . அப்பொழுது என்னிலிருந்து என்னை நான் விடுவித்துக் கொள்கிறேன் . அன்றாடத்தின் பாடுகளில் மூழ்கிக்கொண்டிருப்பதிலிருந்து என்னை விடுவித்து ஆக்கிரமிப்பதும் உயிர்ப்பிப்பதும் இந்த கவிதை கணங்களே .

தொடர்ந்து இயங்குவதற்கான ஆர்வத்தை எப்போதும் எனக்கு வழங்கிக்கொண்டும் வாசிப்பிலும் எழுத்திலும் என்னை வழிப்படுத்தும் என்னுடைய நண்பர்கள் அனைவருக்கும் என்னுடைய அன்பும் நன்றியும் .

இந்த தொகுதியை நூலாகக் கொண்டுவருகிற வம்சி ஷைலஜாவுக்கும் பவா செல்லதுரைக்கும் என்னுடைய அன்பு .

எப்பொழுதும்போல என்னை ஊக்கப்படுத்தும் கணவர் சக்திவேல் குழந்தைகள் திலீப் குமார், காவியா மற்றும் என்னுடைய குடும்பத்தினருக்கு என்னுடைய பிரியங்கள்.

சக்தி ஜோதி

அய்யம்பாளையம்

05.05.2014

shakthijothi@gmail.com

1

இரவை நதி என்பேன்
அது என் மனதைப் பேராவலாய் தழுவிச் செல்கிறது
குளிரும் வெம்மையுமான நீராடலைத் தருகிறது
சிற்றலை ஆடும் நள்ளிரவு
சுவாசக்காற்றின்
ரகசிய ஒலிக்குறிப்பினை உடல்மேல் படர்த்துகிறது
பேரின்பத்தின் உச்சம்
வெறுமையின் வாதை
ஒருசேர உணர்த்தும் காதல்போல
இருக்கிறது என்பதால்
இரவை வணங்குகிறேன்.

2

இரவின் விளிம்பில்
துவங்குகிற வைகறை
முதலில் கூவும் சேவலின் கொண்டையில்
சிவப்பு நிறமாக மலர்கிறது
அதன் குரலில் விரிகிறது
மெல்லப் பரவி இரவுடையின் மடிப்புகளில்
புரளத் துவங்கி
இமைகளில் வந்தமர்கிறது
'அதற்குள் விடிந்து விட்டதா' என்று
தன்னுள் சலித்து தோள் நெகிழ்த்தும் கரங்களில்
கனவாகவும் நனவாகவும் அதிகாலை துவங்குகிறது.

3

இரவுகள் ஒருபோதும் வரையறைக்கு உட்படுவதில்லை
கடலைப்போல முன்சென்று
சிற்றோடைகளை ஏந்திக்கொள்கிறது
முகப்பில் அலைகளால் ஆர்ப்பரிக்கிறதாகவும்
ஆழ்கடல் ரகசியங்களைக் கொண்டதாகவும்
இருக்கின்றன
மனதின் கட்டுக்குள் இருப்பதில்லை
என்றபோதிலும்
சுருதி தாழ்ந்த அதன் வாயிலில்
கனவுகளினால்
ஆன்மாவைத் திறந்து விடுகிறது.

4

புரள்கையிலெல்லாம்
இங்கொன்று அங்கொன்றாய் தெறித்து ஒளிர்கிற
நட்சத்திரங்களை எண்ணிக்கொண்டிருக்கையில்
அதிகாலையைச் சொல்லும்
வெள்ளிமீன் முளைக்கக் கண்டாள்
அதன் இளம்மஞ்சள் சிவப்பைக் கண்களில் பதித்தாள்
பின்கட்டில் லட்சுமி
இப்போது அழைத்து விடுவாள் என
தளர்ந்த உடையைச் சரிசெய்தாள்
கட்டவிழ்ந்திருந்த அவளின் சிறகுகளைக்
கலைந்த கூந்தலுக்குள் முடிச்சிட்டுக்கொண்டாள்
நீர்க்குடத்துடன் விரைந்தாள்
தண்ணீரைக் குலுதாளியில்
ஊற்றுகையில் அவளின் அன்றாடம் துவங்கியது.

5

காதலைத் தரித்துக்கொண்ட உயிர்
வேண்டுவது ஒன்றுமில்லை
நகரத்திற்குச் செல்கிற
அகலப் பாதையில் பயணிக்கிற முழு இரவொன்றில்
அவன் தோள் சாய்ந்திருக்க வேண்டுவது மட்டுமே.
அப்போது கூர்த்த செவிகளுக்குள் கிசுகிசுப்பது
காற்றின் பாடல் மட்டுமல்ல.
மிகச்சிறிய உயிரொலியின் மீட்டல் அது
என்பதை உணர்ந்த கணத்தில்
நிலத்திலிருந்து ஆகாயத்திற்கு
அந்தப் பாதையை நீட்டுகிற
மிகச்சிறிய விருப்பம் மட்டுமே.

6

தூளியில் இருந்து கால்கள் வெளியே நீட்டிச் சிணுங்கிய
குழந்தையின் பாதத்தில் முத்தமிட்டு
தோள்சேர அணைத்துத் தூக்கினாள்
ஈரமான அதன் உடைகளை மாற்றினாள்
ரவிக்கையைத் தளர்த்தி
இடது முலை ஊட்டத் துவங்கினாள்
கண்களை மூடிக்கொண்டாள்
தோட்டத்தில் அவள் நடுகிற இளம் தளிர்களுக்கு
நீர் வார்க்கிற கனவினைக் குழந்தைக்குக் கடத்துகையில்
அவளின் அதிகாலை துவங்கியது.

7

உண்மையில்
இந்த இரவு நீளமானது
மேலும் துயரமானதும்
நோய்மையின் பிடியில் இருக்கிற ஒருவரே
இதனை அறிய முடியும்
ஓரிடத்திலும் நிலைத்திடாத மனமும்
சிறுநீர் கழிக்க எழுகிற இடையூறும் உறக்கம் கலைக்க
தனிமையும் வலியும் இரத்தச்சிவப்பு நிறமாக உடலினுள்
பரவ
மேலும் களைப்படையச் செய்யும் இரவென்றாலும்
நினைவுக்கும் மயக்கத்திற்குமிடையே
ஊடாடி உடனிருக்கும்
நேசக்கரத்தைப் பற்றிக்கொண்டால்
நோய்மை இரவைக் கடந்துவிடலாம்.

8

மினுங்கும் கண்களில் வேகமூட்டும் ஒருத்தி
அரங்கம் முழுக்க சுழன்றாடுகிறாள்
ஆட்டத்தின் இடையே கீழிறங்கி
பார்வையாளர்களின் மனதிலுரசுவதுபோலத்
தோன்றி மறைகிறாள்
மின்னல் கணத்தில்
காமாந்தகமாக நங்கூரமிடுகிறாள்
காற்றின் புல்வெளி அலைவுகளைப்போல
புகைவெளியில் மிதந்து கடக்கிறாள்
மதுக்குப்பிகளிலிருந்து
குவளையில் சாய்க்கப்படுகிறாள்
மங்கிய ஒளியில்
பனித்த அவள் கண்களின் கடிகாரம்
மூன்று மணி உணர்த்த
திறந்த கண்களை மூடி
பூட்டிய மனதைத் திறக்கையில்
அவளின் அதிகாலை துவங்குகிறது.

9

எல்லா இரவுகளின் கதவுகளும்
ஒரேவிதமாகத் திறக்கப் படுவதில்லை
இன்றைய இரவு
என்னுடைய பால்யகாலத்துத் தெருக்களைத்
திறந்து வைத்துள்ளது
மஞ்சள் விளக்கு வழிந்தெரியும்
தெருவிலிறங்கி பச்சைக் குதிரை தாண்டியதும்
தட்டாங்கல் விளையாடியதும்
நிலாயிரவில் கிளித்தட்டு விளையாடி
உறக்கம் மறந்ததும் நினைவிலாடுகிறது
பின்னும் சில
நீளம் குறைந்த இரவுகள் மனதிலாட
நீண்ட இரவொன்றில் நுழைகிறேன்.

10

சதாப் பொழுதும்
ஊறின தென்னஞ்சோகை வாசம் நிறைந்த
பெண்ணொருத்தி
பழங்கஞ்சியைத்
தூக்குச்சட்டியில் ஊற்றி
ஈராங்காயை கசக்கி ஊதி எடுத்துக்கொண்டு
வீட்டைவிட்டு வெளியேறினாள்
கிழக்கு இன்னும் சிவந்திருக்கவில்லை
'கருக்கல்லயே கிளம்பினால்தான்
முந்தின நாள்
ஊறல் போட்ட தென்னமட்டை முழுவதையும்
பின்னலிட்டு
கிடுகு ஆக்க முடியும்' என்பதைக் கணக்கிடுகிற அவள்
தெருவில் இறங்கியவுடன்
குளிர் காற்று காதுகளுக்குள் ஊசியேற்றியது
'இதையெல்லாம் பார்த்தா ஆகுமா'
வர முத்தாலம்மனுக்கு
புள்ளைகளுக்கு புதுத்துணி எடுக்கணும்
என நினைக்கையில்
அவளின் காலைப்பொழுது
வேகமாக செயல்படத் தொடங்கியது.

11

பகலின் முடிவில்
விரிந்து கிடக்கும் கனவினை
ஏந்தி வருகிறது வானம்
நட்சத்திரச் சிதறலில் குவிந்த அவள்
திசைகளை உடுத்திய ஒருவனை
மனம் கொண்டிருக்கிறாள்
அவன் கனவினையும்
அவளே உடுத்திக்கொள்கிறாள்
பின்பு முடிவில்லா
வண்ணங்களைப் பூசிவிடுகிறாள்
பரவசத்தின் பகிரப்படாத சொற்களை
முத்தங்களாக்கி
அவனின் கனத்தப் பொழுதுகளின் துயர்
அற்றுப் போகச் செய்கிறாள்.

12

தன்னுடைய களைப்பு நீங்க
உறங்க நினைக்கிறாள்
வழக்கமான நேரத்திற்குப் பழக்கப்பட்ட
அவளின் மனதிற்கு
விழிப்பு வந்துவிடுகிறது
அவசரக் கதியில் இயங்குகிற
பணி நாட்களிலிருந்து
மாறுபட்ட தினம்
என்றபோதும்
முதல் வார நாட்களுக்கும்
வரும் வார நாட்களுக்கும்
இணைப்புத் தினமான இன்று
துவைப்பதும் சுத்தம் செய்வதும்
சமைப்பதும் ஒழுங்கு செய்வதும் என
நாள் முழுவதும் இயங்குகிறவள் அவள்

ஞாயிற்றுக் கிழமைக்கு என்றே
பிரத்யேகக் கனவுகள் வாய்க்கப்பட்ட தன் மகள்
உறங்குவதைக் காண்கிறாள்
ஞாயிற்றுக் கிழமைக்கு என

பிரத்யேக உறக்கம் வாய்க்கப்பட்ட தன் கணவன்
உறங்குவதைப் பார்க்கிறாள்
ஞாயிற்றுக் கிழமைக்கு என
பிரத்யேக வேலைகள் இருப்பதை நினைக்கையிலேயே
அவளின் அதிகாலை துவங்குகிறது.

சக்தி ஜோதி

13

பள்ளத்தாக்குகளில் இறங்கி
மலைகளில் மிதந்து செல்கிற முகில்களை
ஏந்தியிருக்கும் அவள் மனதில்
அவனால் கூடியவை எவையென அறிந்திருந்தாள்
கூந்தலை முடிந்துவிடவும்
பூக்களைச் சூட்டிவிடவும்
தவிர
அவளை உடுத்திக்கொள்ளவும் அறிந்தவன்
அவன்
குளிர்ப் பச்சை சுனைநீரை அவளுள் பெருக்கெடுக்கச்
செய்கிற
மந்திரக்கோலை ஒற்றைச் சொல்லாய் வைத்திருந்தான்

பறத்தல் அவள் இயல்பு என்று
இளவேனிற் பருவத்தை உணர்த்தும்
இரவினைப் பரிசளித்தான்.

14

வானத்தின் தொலைவும்
வானத்தின் நீலமும் கண்டு அதிசயிக்கும்
தன்னுடைய சின்னஞ்சிறிய மகளின்
உறங்கும் முகத்தைக் காண்கிறாள்
பரந்து கிடக்கும் சிறுமியின்
தலைமுடியை மெல்லக் கோதி விடுகிறாள்
தன்னுடைய
பால்யத்தின் ரகசிய ஊற்றுப் பெருக்கெடுத்த கணங்களை
ஒவ்வொன்றாய் நினைவு கூர்கிறாள்
வலைக்கண்ணிகளில் சிக்காத தன்னுடைய பறவை
தினங்களை
பட்டாம்பூச்சிச்சிறகு விரித்திருக்கும்
தன் பெண்ணுக்குப்
பரிசளிக்க முடிவு செய்த கணத்தில்
அவளின் அதிகாலை துவங்கியது.

சக்தி ஜோதி

15

இரவு வானின் நட்சத்திரங்களைப்
பகலிலும் உடலில் சூடிக்கொண்டாள்
புதிய மொக்குகள் துளிர்க்க
ஒளிரும் வாசனையாக
காற்றின் துகள்களுக்குள் சேகரமானாள்
பெறுதலும் தருதலும் ஒருசேர நிகழ்த்தும் அவள்
ஒன்றைப் பெறுவதற்காக
ஒன்றைத் தருவதற்காக
மேலும் ஒன்றுமற்றுப் போவதற்காக
காற்றின் சுழற்சியில்
தன்னை ஒப்புக்கொடுத்தாள்.

16

காடுகளின் ராணிகளாக
ஆயிரமாயிரம் ஆண்டுகளாகச்
சுற்றித் திரிந்தவர்களின் வழிவந்தவள்
முந்தைய வனம் அவளுள் செழித்திருந்தது
சூரியஒளி காற்று நீர்
எல்லாவற்றையும் வாங்கி
நிலத்தில் வேர் பற்றியிருக்கும் அவள்
மரங்களின்
இளம் வெதுவெதுப்பான பட்டைகளை
ஆடைகளாக மனங்கொண்டிருந்தாள்
செங்காந்தள் பூ அறிந்த ஒருவனுக்கு
உவந்து தன்னை ஒப்புக்கொடுக்க
அந்தத் தினத்தைத் தெரிவு செய்திருந்தாள்.

17

ஒப்பனைகள் ஏதுமற்ற
முத்தத்தினால்
இரவின் குளிர் கரங்களுக்குள்
மிதந்து செல்வது நிகழ்கிறது
அது
காற்றில் பறவை மிதப்பதுபோல
நீரில் சிறுமீன் மிதந்து பாய்வதுபோல
அத்தனை இயல்பாக
மேலெழுந்து அடர்ந்து இணையும் மேகங்களைப்போல
நீர்ப் பூவினைத் தூவிப் பரவும்.

18

முந்தைய நாட்களின்
முனை சுருளாத பக்கங்களை வாசிக்கத் துவங்குகிறாள்.
இருத்தலுக்கும் இன்மைக்கும் இடையே
பறவைக் கனவு கண்ட தினங்களில் எழுதப்பட்டவை.
பழுப்பேறிய காகிதங்களாக
மனதின் அடுக்குகளுக்குள்
பத்திரப்படுத்தபட்டிருப்பவை.
இரகசியச் சொற்களும் குறியீடுகளும் அற்ற
நேரடிச் சொல்லாடலில் குருதி கொப்பளிக்கும்
வாழ்வைப் பொதிந்திருப்பவை.
அந்தச் சொற்களின் வெம்மையில்
கசியும் துளி நீரினை இரவுக்குப் பரிசாக்குகிறாள்.

19

அவளைத் துன்புறுத்திக்கொண்டிருக்கும்
நெருடலான நினைவுகளை
உதறிவிட இயலாதவளாக இருக்கிறாள்.
அவள் தானறியாது ஏற்கிற
சிறிய மன அலைவுகளின் இரவு
கலக்கமுற்றுக் கரைகிறது.
அன்பு ஓயாமல் தன்னை வெளிப்படுத்தியவாறு
இருக்கிறது
அன்பு ஓயாமல் தன்னை அறிவித்தவாறு இருக்கிறது
அன்பு ஓயாமல் அலைவுறச் செய்கிறது
அன்பு ஓயாமல் கலக்கமுறச் செய்கிறது
அன்பு அப்படித்தான் இருக்கிறது
அதன் இயல்பை என்ன செய்வாள் அவள்.

20

நீங்கள் வருகை தந்திருப்பது
நேசிப்பின் உச்சம் உணரும் ஒரு தினத்திற்கு.
இன்று உங்கள் வாகனத்தில் மோதி விழுகிற
சிறிய புறாவின்
அந்த கணத்தைக் கையிலெடுத்து நீவி
எண்ணையும் மஞ்சளும் தடவி பத்திரப்படுத்துதலில்
நிச்சயமற்ற அதன் வருங்காலத்தையும்
பாதுகாப்பின்மையின் பதற்றத்தையும்
தணிக்கப் போகிறீர்கள்
மேலும்
நீங்கள் சந்திக்கப்போவது
கனவுகள் சிதறிய இளம் வாலிபனை
அவனுக்கு என்று ஒன்றும் செய்ய வேண்டாம்
அவன் கைகளைப் பற்றிக்கொள்ளுங்கள் போதும்
இந்த தினம் நிரம்பிவிடும்.

21

சந்தேகமின்றி பால்யத்தைத் தேடுகிறவர்களாகவே
பலவேளைகளில் நாம் இருக்கிறோம்.
அந்த நாட்களின் அம்மா தனக்கிட்ட முத்தங்களை
அவளுக்கென மீட்டுருவாக்கி
தன்னுடைய இரகசியப் பேழையில்
சேகரித்த படியே இருக்கிறாள் ஒருத்தி.
அங்கிருந்து காலத்தின் நெடுந்தொலைவு
வந்துவிட்டவள் இவள்
என்றபோதும்
தன் சிறிய விழிகளின் ஆழத்தில்
நினைவிலிருக்கும் கடந்த காலத்திற்கும் அப்பால்
தன்னை இருத்திக் கொள்கிறாள்.
பலதும் பலவாக மாறிவிட்ட இந்நாளில்
அந்த முத்தத்தின் ஈரத்தைத்
தேடுகிற தினமாக இன்று அவளுள் வாசம் பரப்புகிறது.

22

திணறடிக்கும் தனிமைப் பொழுதுகளில்
பித்தேறிப் பிதற்றி
மீண்டும் மீண்டும் அழைப்பு விடுக்கும் குரலை
சுவைத்துப் பார்க்கும் வாசனை பரவுகையில்
நீர்மையின் நிலம் விரிகிறது

நீங்கா நறுமணப் பொழுதுகளினால்
நோயுற்று வீழ்கிறான் அவன்

தனக்குள் ஒளிந்துகொள்ளாத அவளுக்கு
பூப்பதும்
பூ முடிப்பதும்   ஒரு கொண்டாட்டம்
மேலும் கலைவதும்

ஒரு இரவை உருவாக்க
கூந்தலை அவிழ்க்கும் ரகசியம் அறிந்த
கரங்களினாலேயே கூடும்
என்பதை அறிவார்கள் அவர்கள்.

23

மலைத்தொடரையும்
அதன் அடிவாரத்தையும் வரைந்தாள்
ஒளி சுடர்கிற அடர் பச்சைத் தாவரங்களையும்
குளங்களையும்
இதழ் விரிந்த பூக்களையும்
மகரந்த மஞ்சள் வண்ணத்தினையும்
தீட்டத் தீட்ட தேன் சுரக்கத் துவங்கியது
ஆயிரமாயிரம் இதயங்களை
துளிப் பூஞ்சாற்றினால் நிரப்ப நினைத்தாள்
அதிகாலையில் படபடத்துத் திரிகிற
வண்ணத்துப்பூச்சி பரவசம் மிகுந்து
அதன்மீது கிறுகிறுத்தது
ஆயுளை நீட்டவோ குறைக்கவோ
தன்னால் ஆகாது என்றறிந்த அது
துளியிலும் துளி மதுவால் தன்னை நிரப்பியது
எதிர்பாராத தாக்குதல் பற்றிய
முன் மனக்குலைவுகள் அற்றது
ஒரு வண்ணத்துப் பூச்சி
மரணத்தின் புதிர்களைப் பற்றி அறியாது
ததும்பத் ததும்பச் சாறு வழியும்
பூக்களைச் முகரும் வண்ணத்துப் பூச்சியாக
மனம் நிறைந்த கணத்தில்
இவள் தினம் துவங்கியது.

24

கனவின் கதவுகளைத் திறந்து
எத்தனையோ பேர் முன் சென்றுள்ளனர்
ஒருவரும் பகர்ந்தாரில்லை
இது இவ்விதம் என

பெருந்தீக்குள் வீசியெறியப்பட்ட துயரம்
குத்துவாள் வீச்சிற்கும் காற்றின் ஓசைக்கும்
இடையே பதறி எழத் தூண்டுபவை
கடலின் ஆழத்திற்கும்
வானின் மிதத்தலுக்கும் கிறங்கிக் கிடப்பவை
அரூப வடிவங்களில் திடுக்கிடச் செய்பவை
பறவையின் சிறகுகளை அணிந்தவை
நீலப் பூவாகச் சுடர்பவை

கனவுகள்
சிலவேளைகளில் அழகானவை
சிலவேளைகளில் அச்சம் தருபவை
சிலவேளைகளில் ஈரமாகப் பெருகச் செய்பவை

இன்றிரவின்
அவன் கனவுக்குள் நீலமாகத் துளிர்க்க நினைக்கிறாள்
ஒரு முறை மட்டும் அல்ல.

சக்தி ஜோதி

25

இந்த தினத்தின் திறவுகோல்
தன்னிடத்தில் இல்லையென்பதை உணர்ந்தவள் அவள்
அதிகாலையின் பறவையொலி கேட்டு
விழிப்பு வந்துவிடும்
எழுந்து ஆகப்போவது ஒன்றுமில்லை
கண்களை மூடிப் படுத்திருப்பாள்
அது ஒரு காலம்
என்று சொல்லும்படி ஓயாது சுழன்றிருக்கிறாள்
வயல்வெளிகளில்
காடுகழனியில்
ஆடுமாடுகளோடு
குழந்தைகளோடு தன் பொழுதைப் பகிர்ந்திருந்தவள்
இப்போது முதுமையின் தனிமைக்குத்
தன்னை ஒப்புக் கொடுத்திருக்கிறாள்
தன்னுடைய இயங்கு பருவத்தின் சுழற்சியில்
மனம் லயித்திருக்க
தனதிந்த தினத்தின் திறவுகோலாக
ஓய்வு நாளிலிருக்கும் தன் மக்களிடமிருந்து
தொலைபேசி அழைப்பை
எதிர்பார்த்திருந்தாள்.

26

மீன்களற்ற தனி நிலா
என்னைத் துயரத்தில் ஆழ்த்துகிறது
நிலவில் சுடரும் பூக்களின்
நிசப்தவாசனை வெளியெங்கும் பரவுகிறது
தெருவில் தனித்தலையும் நாய்
ஊளையிட்டு ஓய்கிறது
கடிகாரச் சுற்று நிசப்தம் கலைக்கிறது
மூச்சுக் காற்று அலையின் பேரிரைச்சலாக
எழும்பி அமிழ்கிறது
மூடா இமைகள் கனத்து
கண்ணீர் துளிர்க்கிறது
இப்போது உங்களுக்குப் புரிந்திருக்கும்
காதல் வயப்பட்ட மனம்
உறங்காமல் தனித்திருப்பதும்.

27

அந்த நகரம் அவளுக்குப் பழக்கப் படாதது
இங்கு வந்து ஒரு பகலும்
ஒரு இரவும் முடிந்திருந்தது
மலைகள் நதி என அவளை அறிந்திருந்த கிராமத்தை
மனதில் இருத்தியிருக்கும் அவள்
அதிகாலையில் எழுந்தாள்
இரவின் களைப்பு தீர
வெந்நீரில் குளித்தாள்
சமையலறையினுள் நுழைந்தாள்
அங்கிருந்து துவங்கியது
அவள் வாழ்வின் அதிகாலை.

28

சந்தித்துக் கொண்டார்கள்
வேறுவேறு கதவினைத் திறந்து
வாழ்வினுள் நுழைந்தவர்கள் அவர்கள்

எதிர்கொண்டார்கள்
ஏற்றுக்கொண்டார்கள்
இப்போது
அவர்களின் காலம் நீரலைகளினால் ஆனதுபோல
அசைந்தாடும் குளிர்மையாக இருக்கிறது
சிலசமயம் நதியின் சிற்றலையாகத் தளும்பும்
சிலசமயம் கடலின் பேரலையாக எழும்பி அமிழும்
எக்கணமும்
கரும்பாறைகளுக்கு மத்தியில் ஊற்றுப் பிடிக்கும்
நீர்க்கசிவினை மனதில் ஏந்தியிருந்தனர்
பனித்துளியென துளிர்த்திருக்கும்
அவர்களின் காதலில்
இரவு புரள்கிறது.

29

வந்துவிடுவான்

சொல்லிக்கொள்ளாமல்
எங்கோ சென்றவன் அவன்
காலம் முழுக்கத் தன்னைக் காப்பவன் அவனென
கைகள் பற்றி பின்வந்த அவள்
தனித்திருக்கிறாள்
இசைவுறாது திரிந்த உடலும்
கலைந்த மனமுமாகப் பிரிந்து சென்றவன்
வானத்திலும் நிலத்திலும்
முடிவுறா வழிகளில் சென்று
அதே பாதையில் திரும்புவான் எனும்
நம்பிக்கையில் அவள்

அதே திறந்த சாளரம்
அதே பறவைக் குரல்
அதே பறவை தானா
கேள்வியாய் காத்திருக்கும்
அவளின் அதிகாலை புலர்கிறது.

30

முத்தங்களினால்
வாழ்வைக் கண்டடைய முடியுமென
நம்புகிற அவளிடத்தில்
பருகத் தகுந்த நீர் சேகரமாகி
காதலால் தளும்புகிறது

உயிர் அதிரும்
இசைவிரல்களைக் கொண்டவனுக்கு
தன் இசைமையைப் பரிசளிக்க
இரவைத் தேர்கிறாள்

அவன் வெகு தொலைவில்
நடுவே பெருங்கடல்
அவளின் நீர்க்கால்கள் நிலத்தை நனைத்து
கடல் சேர்கிறது.

31

கரும்பாறை
மௌனத்தோடு
சுரங்கம் தோண்டும் செயலில்
தன் பகலை விழித்திருக்கச் செய்பவள்

தினமும்
பறவைக்கும் முன்பாக விழித்தெழுகிறவள்
பிராத்தனைகளால்
தனது விடியலைத் துவங்குகிறவள் அவள்
உண்மையில்
தனிமை கொண்டதும் துயரம் மிக்கதுமான
அவளின் இரவு உறக்கமற்றது
சொல் அவிந்து ஊர் உறங்குகிறது
என்பதால்
தலை சாய்ந்திருப்பவள்
பல தியாகங்கள்
பல போராட்டங்கள்
சில சாதனைகள்
சில பின்வாங்கல்களை நினைவூட்டுகிற இரவில்
கண்கள் மூடிக்கொள்ள

விழித்திருக்கும் சொற்களோடு
அவள் மனம் தளர்வடையாதிருந்ததில்
மகிழ்ந்தனர்
தூக்கிலிடுபவனும்
சவக்குழி தோண்டுபவனும்
இன்னும் பலரும்.

32

குழைசெம்மண் வீடுகளும்
முல்லையாற்றுச் செழுமை
வயல்வெளியும்
உயர்ந்த ஆலயமணி அமைந்த தேவாலயமும்
மலைத்தொடர்களும் நிரம்பியவை
அந்த கிராமம்
அங்குதான் அம்மா பிறந்தாள்
அங்குதான் இப்போதும் இருக்கிறாள்

மழைக்காலத்தில் சிவந்து ஓடும் சிற்றோடைகளில்
குழந்தைக் கப்பல்களில் களித்திருந்தவள்
இப்போது
உறங்கா இரவுகளின் நீட்சியில்
தனித்திருக்கிறாள்

ஒவ்வொரு கோடைவிடுமுறை
சந்திப்பிலும் தன் முதுமையின் தளர்வினைப்
பிள்ளைகளுக்கு மறைப்பவள் கைகளில்
இம்முறை நீலக் கைபிடியுடன் ஊன்றுகோல்.

33

அவளுக்கு எல்லாமே பூக்களின்
வண்ணங்கள்தான்

ஒருமுறை பால்யத்தின் பூக்களாக
உண்ணிப்பூக்களைத் தேர்ந்திருந்தாள்
மஞ்சளும் ஆரஞ்சும் இளஞ்சிவப்பும்
அவளை அலங்கரித்திருந்தன

வளர் இளம்பருவமாக
கனகாம்பரமும் மருக்கொழுந்தும் மல்லிகையும்
என மூன்று வண்ணங்களையே சூடியிருந்தாள்
பின்னாட்களில்
அவள் எழுதும் ஓவியம் மல்லிகை மட்டுமே

இப்போதெல்லாம்
வீட்டுத் தோட்டத்து தக்காளிப் பூக்களையும்
கத்தரிப் பூக்களையும் பிடித்திருக்கிறது

கூடவே
இவளுக்குப் பின்பு அங்கு குடிவருகிற
பெண்ணுக்கும் பூக்களின் வண்ணங்கள்
பிடித்திருக்க வேண்டுமே எனும்
நினைவின் வெண்மையுடன் அவளின் தினம் புலர்கிறது.

34

சிலசமயம் இரவு கருணைமிக்கது
தன்னுடைய வடிவமற்ற கரங்களினால்
சேர்த்தணைத்துக்கொள்ளும்
சிலசமயம் தாய்மை நிறைந்து
மென்மையாக நீவிவிடும்
சிலசமயம் காதலின் தீவிரத்துடன்
தைவரல் செய்தலினால்
ஆளுமை கொள்ளும்

துயரமோ அன்போ காதலோ
உணர்வுகளின்
நீர்த்திவலைகளால் நிறைவுறுகிறது
என்பதை நம்புபவர்களுக்கு
தலையணை நனையாத
இரவொன்று இல்லை என்பதை
அறிந்தவர்கள் தானே நாம்.

35

பறப்பதை வழக்கமாக்கிக் கொள் மகளே
நீ ஒரு சிட்டுக் குருவி
தோள்பட்டையின் இறக்கைகளை
பறத்தலுக்கு வாகாக
இப்போதுதான்
அசைக்கத் துவங்கியிருக்கிறாய்

அடுக்கடுக்காக கேள்விகள் குமிழியிடும் மனம்
உனக்கென்று நானறிவேன்
இந்தப் பருவம் அப்படி
உணர்ந்து இருக்கிறேன்

பதில்களும் அறிவேன்
நான் கடந்து வந்த வலிகளின்
துவக்கப் புள்ளி இதுவெனத் தெரியுமென்பதால்
சுள்ளியும் நாரும் சருகுகளும் கொண்ட உன் கூட்டினை
நீ அமைக்கும் வரை
இந்த நாட்களின் அதிகாலையில்
முத்தமிட்டுச் சொல்கிறேன்
உடலின் வலியைப் பழகு.

36

அந்தி கடந்து இரவுக்குள் நுழைகிறாள்
மெல்லிய நினைவு பரவ

காதலில் ஒருமுறை அழைக்கிறான் அவன்
இவளின் அத்தனை கதவுகளும் திறந்து கொள்கின்றன

பூக்கள் விரிந்திருக்கும் வழியெங்கும்
சிறகசைக்கும் பட்டாம் பூச்சியை உணர்கிறாள்
பூக்களை மலர்த்துவதும்
பட்டாம்பூச்சியின் சிறகினை விரியச் செய்வதும்
ஒரு சொல்லில் நிகழும் அற்புதம்
உணர்த்தியவன் அவன்
அந்தச் சொல்லில் யாவற்றையும் அன்பளிக்க
அவளைத் திறந்து வைத்திருக்கிறாள்.

37

இது அறுவடைக் காலம்
உறக்கத்தையும்
வியர்த்த தன் உடலையும்
விதையோடு விதைத்தவள்
அதிகாலையிலேயே வயல்நிலம் கிளம்புகிறாள்
பகலும் இரவும் நிலத்தில்
பயிர்களோடு காய்ந்து
கறுத்து மினுங்குமவள்
முதல் விளைச்சலைக் கையிலெடுக்கையில்
தன் உடலின் முதல் திறப்பின் வலியும் பரவசமும்
அடைந்தாள்.

38

நரைகூடி வெளுத்த கூந்தலுடையவள் அவள்
தாவணிப்பருவத்தின்
ஒரு அதிகாலையில்
அவனைப்பற்றி நகரம் சென்றவள்
இப்போது தான் மட்டும் தனித்து
பிறந்த கிராமம் திரும்புகிறாள்

அலையாடும் கடல் அவள் வாழ்வு
எழுந்தும் தாழ்ந்தும்
எவ்வளவோ செய்து விட்டாள்
போதும் என்று நினைத்து
தன் தவழ்நில விருப்பில்
பாதம் பதிந்து கிடக்கும்
ஆற்றுமணல் தேடி வருகிறாள்
ஆறு இல்லை
மணல் இல்லை
தன்னுடன் ஆடிய பொன்வண்டும்
சிறு நத்தைக் கூடும் இல்லை

இளமையின் கிராமம் அப்படியே இருக்குமென்ற
அவளின் கற்பனை தகர்ந்து போக
இவ்விரவில்
மீண்டும் நகரம் திரும்புகிறாள்
இம்முறை தனித்து.

39

பாவாடை நாடாவை முடிச்சிடத் தெரியாத சின்னவள்
ஊரோரப் புளியமரத்தில்
தூக்கில் தொங்குகிறாள்
ஊர் பதறுகிறது
அதிகாலையில் இப்படியொரு
செய்திவரும் என அவள் அம்மா
எதிர்பார்த்திருக்கவில்லை
பள்ளிவிட்டு வழக்கமான நேரத்திற்கு வீட்டுக்கு
வருகிறவள்
முதல் நாள் மாலையிலிருந்து காணவில்லை
எங்கெங்கோ தேடி
காவல் நிலையத்தில் புகாரளித்து
இரவெல்லாம் தொலைபேசியில் அழுது
தெருவெல்லாம் அலைந்து
விடியற்காலை வீடு திரும்பி தலை சாய்த்தவளின்
காதில் விழுகிறது
சாவின் அபாயமறியா
உடலறியாச் சிறுமியின் உடல் கிழிந்து
ரத்தம் பெருகி
கயிற்றில் உயிர்வழியும் மகளை
எங்ஙனம் காண்பாள் அவள்.

சக்தி ஜோதி

40

பிரியமான கதைகள் நிறைந்த இரவுகள்
எனக்கும் மருதாவுக்கும் வாய்த்தன
மருதா ஓயாமல் சலசலப்பாள்
அவளிடமிருந்தே பேசக் கற்றுக்கொண்டேன்
சிலபோது சத்தமாக
சிலபோது சன்னமாக
எப்போதும் உற்சாகமாக
அவள் கரையில் சிறுவீடு கட்டி விளையாடியிருக்கிறேன்
எங்களின் சொற்களில் கல்விளக்குகள் அசைந்தெரியும்
நிலவொளி ஓவியமாகும்
நான்கு மாடுகளின் ஒற்றுமை
நரியின் தந்திரத்தில் சிதறிப்போன கதையில் துவங்கி
புராண இதிகாசம் வரையில்
இராமலிங்க நாடாவி மாமாவும்
செல்லையா செட்டியார் தாத்தாவும்
சுந்தரம்பிள்ளை பெரியப்பாவும் சொல்லி வைக்க
அந்தந்த வீட்டிலேயே உறங்கிப்போன நாட்களுமுண்டு
இன்று மருதாவும் வற்றிவிட்டாள்
என் மகள் என் வீட்டிலேயே தனித்துறங்குகிறாள்
தொலைக்காட்சியின் பொம்மைக்கதைகளோடு.

41

அவள் உடல் திறக்கும்
ஒற்றைச்சொல் அறிந்தவன்
மௌனமாக இருக்கிறான்
அவள் உறங்குகிறாள்
தினந்தோறும்
நள்ளிரவுக்குச் சற்று பின்னால்
வந்து விடுகிறான்
தனித்துறங்கும் அவளைக் கண்களினால் தீண்டுகிறான்
ஒற்றை விரலில் காதோரக்கூந்தல் விலக்குகிறான்
அவன் அசைவில்
அதிகாலையில் மலர்ந்தது பூ.

42

ஏற்கனவே நிரப்பியாயிற்று
எல்லாவற்றிற்கும் மேலாக நிறைந்தும் ஆயிற்று
என்றபோதும்
செயலில் ஆனந்திப்பதை விடவும்
உரையாடலில்
தன்னிறைவு அடைகிற இரவும்
தேடுதலின் போதாமையில்
மௌனமாகும் இரவும் ஒன்றேயல்ல
புரிதலுக்கு அப்பாற்பட்டதாக அமைந்து விடுகிற இரவு
மனிதனைவிட ஆயிரம் மடங்கு அடர்வாக இருக்கிறது.

43

சிள்வண்டுகள் மௌனிக்கும் அதிகாலையில்
ஒரு கவிதை எழுதத் தோன்றியது
இரவெல்லாம் மௌனம் கிழித்த
அதன் சத்தம் பற்றி எழுதலாம்
குளிர் உறுத்தும் இருளின்
விளக்கணைப்புக் கணம் பற்றி எழுதலாம்
அத்தனை உறுத்தாத
துரோகத்தைப் பற்றி எழுதலாம்
இரவின் உச்சத் தீ கிளர்த்திய
முத்தம் பற்றி எழுதலாம்
மேலான நட்பின் கைவிடல் பற்றி எழுதலாம்
முன்னிரவில் குடித்துத் தீராத
மதுவின் வாசனை பற்றி எழுதலாம்
எதுவாகினும் அது
காதலைப் பற்றியதாக மட்டுமே இருக்கும் என்றறிவேன்.

44

அந்தியில்
வண்ணத்துப் பூச்சிகளைத் துரத்திக்கொண்டிருந்த
வளரிளம் சிறுமியின் இரவு
வண்ணங்களினால் ஆனதாக இருந்தது
வண்ணத்துப் பூச்சியின் ஒளியைக் கைக்கொண்ட
அவள் கனவில் தன்னுடலை அசைத்துப் பறந்தாள்
மாறுகிற பருவங்களில்
தன்னைத் தகவமைத்துக்கொள்கிற
பறக்கும் உயிர்களைத் தன்னில் உணர்ந்தாள்
அவள் வாழ்வின் சுவை
அந்தப் பரவசத்தின்
புனைவுகளிலிருந்தே தொடங்குகிறது.

45

இரவின் துவக்கத்தில் முதலில் வந்த ஒருவனுடன்
எதிர்பாராத கணத்தில்
துளிர்த்த காதலைத் துடைத்தாள்

மனதின் அடுக்குகளுக்குள்
அரூபமாக ஒளிந்திருக்கும் காதலை
முன்பே அழித்தெறிந்தான் முன்பொருவன்

இப்பொழுதெல்லாம்
வரிசையில் காத்திருக்கும் அடுத்தவனுடைய
காமத்தின் நெருப்பினைப் பற்றவைக்கப்
பயன்படுத்திக்கொண்டாள்
தசையென அசையும் மானுட நெருப்பு
திறந்த கதவிடுக்குகளின் வழிபுகுந்து
அவளின் நீர்மையை எரித்தது
இப்படியே நீள்கிற அவளின் பணியிரவு முடிந்து
வெந்நீராட விரும்பிய கணத்தில்
காலத்தைக் கணிக்கும் அவளுடலின்
உறக்கப் பொழுதாக
அதிகாலை துவங்கியது.

46

ஆழக் கடல்நடுவே
இதழ் மூடிய சிப்பியென
நெடுங்காலம் தனித்திருக்கும்
காதலின் காத்திருப்பில்
அவனை வந்தடையும் கடின வழிகளையும்
இரவுகளின் தனிமையில் நினைத்திருப்பாள்
இதோ
அவளின் அதிகாலையில்
நிலமெல்லாம் நீராய் பரவும்
கருநீல வான இடிமழையை
இதழ் திறந்து ஏற்கிறாள்
ஆவியாகி
மீண்டும் மழையாகிவிடாமல்
ஒற்றைத் துளியை பத்திரப்படுத்துகிறாள்
அவன் பெயர் சொல்லி.

47

அது ஒரு நிலம்
அங்கே மேட்டுநிலத்தின் முடிவில்
பாதை முடிந்து விடுவதுபோலத் தோன்றும்
இரவுகளுக்கு
அடையாளம் உள்ளது
அது ஒரு இரவு
ஆழ உணர்ந்த இரவு
ஒருமுறை
தன் நீளவிரல்களினால் நீவினான் அவன்
அவள் நீலப் பெருங்கடல் ஆனாள்
இன்னுமொருமுறை
அவ்விரல்களின் மந்திரத்தில்
வானம் தனதெனக் கொண்டாடும் பறவையானாள்
எப்போதும் அவன் தொடுதலில்
வானில் மீனாக
தண்ணீரில் பறவையாக
மயங்கிப் பிறப்பெடுக்கிறாள்.

48

பால்ய இரகசியங்களை
மீன்களாக
வரைந்து கொண்டிருப்பவள் அவள்
காகிதங்களில் சுவர்களில்
மேலும் காணும் இடத்தில் எல்லாம்

வலையிடுவதாகவும்
தூண்டிலிடுவதாகவும்
பின்னும்
மீன்கள் நீந்திக் கடப்பதாகவும் வரைகிறாள்

ஆற்றினை வரைகிறாள்
எங்கும் பிரவாகம்
நிலம் நிறைகிறது
கடல் உயர்கிறது
வண்ணம் தீட்டுகிறாள்
மீன்களால் நிரம்புகிறது நீர்நிலைகள்
வெண்மையாக
அப்படியே விடுகிறாள்
மீன்களாக ஒளிர்கிறது
வான்வெளியெங்கும்

போதாமல்
தன் கண்களில் வரைகிறாள்
அவளுள் உயிர்த்து
அவனது அதிகாலையில்
வடக்கே ஒளிரத் துவங்குகிறாள் துருவ மீனாக.

49

பெருகும் காதலில்
தன்னுடலில் சேகரமாகும் முத்தங்களை
மிதக்கும் தன் மனதில் பத்திரப்படுத்தினாள்
அவனுக்குப் பரிசளிப்பதற்காகத்
தனக்குள் சுழன்று கொண்டிருக்கும் அவை
அவளை இம்சித்துக் கொண்டேயிருந்தன
அவனே கொடையாளன்
அளவற்று அளித்தான்
அவன் பிரிந்த இரவுகளில்
ஒருமுறை தொட விழையும்
உச்சிச் சிகரம்போல
விளைச்சலின் மணிகளை
ஒவ்வொரு முறையும் தொட்டுப் பார்க்கிறாள்.

50

பகலின் வழிகள் நீளமானதும்
புதிர்கள் நிறைந்ததும்

மரணத்தைப்போல
தொலைவில் காத்திருக்கும் இரவை அடையும்முன்
இன்று
ஒரு நண்பன் பகைவனாகலாம்
அல்லது வெறுக்கத்தக்க வகையில்
காயங்களை ஏற்படுத்துமொருவன் நண்பனாகலாம்
அல்லது முகமுகமாய் நம்மையே நாம் காண
விரும்பாத செயலில் இறங்கலாம்

ஏதுமறியாது
இந்தக் காலையைத் துவங்குகிறோம்
எனினும்
நமக்குத் தெரியும்
உயிர்ப்புடன் வாழ்வதற்கான
நம்பிக்கைகளும்
காதலுக்கான நீரோட்டமும்
கணந்தோறும் துளிர்த்துக்கொண்டிருப்பது.

சக்தி ஜோதி

51

நாள் முழுக்க மரம் போலிருந்த அவள்
பூத்தாள்
கனிந்தாள்
கிளைபரப்பி நிமிர்ந்தாள்
பறவைகளுக்கு அடைக்கலம் தந்தாள்
ஆதரவற்ற கிழவிக்கு நிழல் தந்தாள்
பட்டம் விளையாடிய சிறுவனுக்கு
நூலறுந்திடாத காற்று தந்தாள்
தெரு நாய் ஒன்று
ஒன்றுக்கிருக்க பொறுத்திருந்தாள்
சருகென பழுத்தும் உதிர்ந்தாள்
இரவில் பெண்ணாக மட்டுமானாள்.

52

உள்ளுக்குள் எதுவுமே நடக்காதது போலவே
இருக்கிறேன்
தண்ணீரிலும் ரத்தத்திலும் விளைந்த தன்னுடலிலிருந்து
முதல்முதலாய் பெருகிய ரத்தம் முதல்
நேற்றிரவுக் கனவில் துளிர்த்த ரத்தம் வரையிலும்
முத்தத்தைப்போல
வெதுவெதுப்பாக இருக்கிறது
அது
அதிகாலைக் கனவுகளைக் குலைப்பவனுடைய
சொற்களைவிட மென்மையானது
வலி குறைந்ததும் கூட.

53

நீண்ட விருந்தோம்பலுக்குப் பின்பு
வீடு திரும்புகிறாள்
பிள்ளைப் பேற்றிற்கான இடைவெளியில்
தன் இருப்பின் அடையாளங்களைத்
தொலைத்துவிட்டிருக்க வாய்ப்புள்ள
அந்த வீட்டை இட்டு நிரப்ப வேண்டியிருக்குமா
அல்லது சாவான பாவத்தைச் செய்ததற்காக
கனமான மன்னிப்பைக் கோரும் அவனை
எதிர்கொள்ளவேண்டியிருக்குமா
அல்லது பிள்ளைக்கான முத்தம் வழியே
இதுவரையில் அவனிடமிருந்து பகிரப்படாத
பிரியமான சொல்லொன்று கிடைத்துவிடுமா
என்பதையெல்லாம் நினைத்தபடியிருக்கும்
இரவுப்பயணம்
கற்பனைகளின் கூடாரம்.

54

காரைக்கால் அம்மைக்கு
நீலகண்டன் மேல் தீராக்காதல்
மந்திரத்தில் மாங்கனி வரவழைக்க
வரம் தந்த அவன்
அவள் தலையால் நடந்தும்
உடல் உதிர்த்தும் காட்சி தரவில்லை
என்று கதையிருக்க
தான் மறக்கையில் லிங்கம் கண்டாள் அவள்
என்று அறிகிறேன்
உடல் உதிர்ந்து விடுமென்று
இதற்குமுன் எனக்குத் தெரியாது
இன்று உதிர்ந்தது என் உடல்.

55

மூதாதையர்களின்
இழைகளினால் நெய்யப்பட்ட
உடலையே தாங்கி நிற்கிறோம்
ஊடும் பாவுமாக அசைந்தசைந்து
இறுகிக் கெட்டிப்பட்டுக் கொண்டேயிருக்கிறது
அவ்விழைகளில் சாயங்களை
இரவுக்கு ஒன்றென்றும்
பகலுக்குப் பலவென்றும்
அழுந்தப் பூசுகிறோம்
காண்போரிடமிருந்து பெறப்படுகிற நிறம்
இன்றைய தினத்தில்
இளவேனிற் காலத்து அதிகாலைத் தூறல் தந்திருக்கிறது.

56

ஆவியாகாத மௌன கணங்கள்

எந்தச் சேலையைத் தேர்வு செய்வது
சற்று குழம்பினாள்
வெளியே கிளம்பும் பொழுது
வழக்கமான நிகழ்வுதான்
என்றபோதும்
இன்று வேறுமாதிரி உணர்வு

பார்த்துப்பார்த்து தெரிவு செய்தாள்

இயங்கும் உலகம் மறந்து உறங்குகிற
இரண்டு குழந்தைகளையும் முத்தமிட்டாள்
வெள்ளைக் காகிதத்தைத் எடுத்து
இரவு விளக்கின் ஒளியில் கடிதம் எழுதி
நான்குபுறமும் பிசிறின்றி மடித்தாள்
துளியும் சிதறாத செயல்களைச் செய்வதில்
விருப்பமுடையவள் அவள்

அறையின் சூழல் உணராது உறங்கும்
கணவனைப் பார்த்தாள்
அன்னியமாக உணர்ந்தாள்
குழந்தைகளைப் பார்த்தாள்

சுழலும் மின்விசிறியை நிமிர்ந்து பார்த்தாள்
காற்று தடைபட
குழந்தைகள் விழிக்க வாய்ப்பிருக்கிறது
போதையின் வாசனை சூழ்ந்த அவன் விழிப்பது
சந்தேகம்தான்

கோடையில் வற்றும் நீர்நிலைபோல
ஆவியாகி மறையாத
தங்களுக்கிடையேயான அடர் மௌனங்களை
நினைத்துக்கொண்டாள்

உடலின் கனம் தாங்கும்
நிச்சயமற்ற பழைய மின்விசிறி நினைத்து
மனம் தடுமாறினாள்
சிறிது பிசகினால் எல்லாம் கெட்டுவிடும்
ஒரே ஒரு முடிச்சு
ஒருமுறை கால் இழுத்து
எல்லாம் முடிந்துவிட்டால் நல்லது
இதுவரையில் அவன் கவனிக்காதிருந்த

தான் முடிந்துவிட வேண்டும்
என்று நினைத்தவள்
விடியலுக்குக் கொஞ்சம் முன்பாக
மின்விசிறியை நிறுத்தினாள்.

57

எந்தக் காற்று பற்றிக்கொள்ளும்
எந்த நெருப்பு தன்னை ஏற்கும்
எந்த நீரில் தான் கரைவோம்
என்றிருக்கும் ஒருத்தி
முதுமையின் தளர்வில்
நினைவின் நூல் கொண்டு
தன்னை நெய்கிறாள்

தட்டான்களும் பட்டுப்பூச்சிகளும்
தானாகித் திரிந்த காலத்திலேயே
தன்னை இருத்திக் கொள்ளுமவள்
அவ்வப்போது தன்வாசல் திறந்த கணத்தின்
செந்நீர் கசிதலிலும் லயிக்கிறாள்

ஈரமாய் கசகசப்பது என்பது
சலிப்படையும் சிரமம்
சிலசமயம் கட்டுப்பாடு
அதோடு மலர்ச்சி
மேலும் அடையாளம்
எப்போதும் பெண்ணாக மகிழும் கணமும்

உற்பத்தியாகும் உயிர்க்கோளப் பரவசம்
மழைநனையும் சிறுமி என்றாக்கும்
உடைந்து கசியும் ஈரவலி
தசைநார்களில் புரண்டு
உலகையே பெண்ணுடலாகக் காணச் செய்யும்

மாதாந்திரத் திறப்பின் எல்லை கடந்த பிறகு
அத்தனை சுவாரசியம் இல்லை இந்த உடலில்

பறவையாய் சிறகு விரிந்து
வானம் கொண்டாடி
காற்றுக்கும் கானகத்துக்கும் குழந்தைகளுக்கும்
முலையூட்டிய அந்த நாட்களின் கனல் சூடி
ஆதித் தாயின் தனிமையில் காத்திருக்கிறாள்
காலத்தின் முன்.

58

நாமறியாத கணத்தில்
புவியதிரும்
காதலைக் கண்டடையும் விதமாக
இந்த தினம் இருக்கக் கூடும்

குளத்தில் நீந்துகிற சிறிய வாத்தொன்று
நீர்ப்பரப்பின்மீது எதிர்பாராது எறியப்படுகிற
சிறிய கல்லின் சிதறல்களை
சிலிர்த்து ஏந்துவதுபோல
அறியாத கணத்தின் அற்புதம்
கூடவே பதற்றமும்

என்றாலும் அறிந்திருக்கிறோம்
காதலின் முன் மண்டியிடும்
மனதையே அது ஆட்கொள்ளும்

காதல் அப்படித் தான்
தேர்வு செய்கிறது நம்மை
நாமறியாமல் பூக்கச் செய்கிறது.

59

வலிகளை விட்டுச் செல்கிறது காதல்
கணப்பொழுதும்
விலகாத நேசத்தை எதிர்கொள்ளவே
தன்னைத் தயாரித்திருந்தாள்

தொலைதூரத்தில் இருக்கிறான் அவன்

காற்று
மயங்கிச் சாயும் இவ்வேளையில்
இரவின் பாடலைப் பாடுகிறாள்

அவனுடன் கூடல்களின் சாத்தியங்களில்
தன்னை இருத்திக்கொள்ளுமவள்
தங்களின் ஒப்புக்கொடுத்தலில்
பொலிவுற்ற கணங்களை
எக்கணமும் எதிரொலி செய்கிறாள்

தனிமையில் உணர்வது காதல்.

60

அடிமண்ணில் உள்ளூறிப் பெருகும்
நீரூற்றின் சிறகு நனைத்தலில்
மினுங்கிய பறவைப்பொழுதில்
புராதனப்பனி திரண்டு பொழிகிற
கீழ்வானக் குளிர் கனவையும்
இறகடி இளம் சூட்டினை விரலளைந்து உணர்ந்த
ரகசியக் கனவினையும்
ஒருசேர உணர்ந்த
அப்படி ஒரு அதிகாலையை
பின்னெந்த நாளிலும் சந்திக்கவில்லை
விரும்பவுமில்லை

வெளிச்சத் துகள் நிலம் வந்தடையும் முன்பாக
இரவின் விளிம்பில் சிறகு விரித்த
முதல் சிறு நீலப் பறவையை உணர்ந்த கணம் அது.

61

மாலையிளம் வெயில் குரலாக ஒலிக்க
மன ஆழத்திலிருந்து மகிழ வைக்கும்
இரவினைப் பரிசளித்தான்
சூரியனின் ஒளிர்வை
இந்த இருளிலும் ஏந்துகிறேன்
முதன் முறையாக
திறந்தவெளி உணர்ந்த கணத்தில்
எல்லாம் மறந்து போனேன்
அப்பொழுது
வெறுப்பு அணுகா
உண்மையைக் கற்றுத் தந்தவன் அவன்
இவ்வாறே நாங்கள்
ஒருவரோடு ஒருவர் இணைந்து வாழ்கிறோம்
தனித்தனியாகத் தொலைவில் இருந்தபோதும்.

62

அடிபெருத்த மரத்தின்
இலைகளில் புரளும் இரவு
மென்மையானதும்
முகங்களுடையதும் ஆகும்

காதலைச் சொல்லும் பறவையின்
தண்ணுமைக் குரலில்
கிளர்ந்தெழுந்த மனம்
முகங்களை வரையத் துவங்குகிறது

வரையப்பட்டது
கண்களை மூடி இசைக்கும்
பாடகியின் முகத்தை அல்ல
அவளின் ஆன்மாவை

வரையப்பட்டது
நடன அசைவில் இருக்கும் பெண்ணை அல்ல
அவளின் இசைமையை

வரையப்பட்டது
காதலின் முகத்தை அல்ல
அதன் ஒப்புக்கொடுத்தலை.

63

தூய ஒளிப்பிழம்பான காதலைக் கொண்டாடுகிறேன்
அதனால் என் இனிய நட்பே
என்னில் பாதியை உங்களுக்கு வழங்குகிறேன்
குருதியும் நீரும் காற்றும்
தசைகளில் சுழன்று
வெதுவெதுவெனப் பரவுகிறது
உடலின் எப்புறமும்

நான் உண்கிறேன்
நீங்கள் வளமையாக இருக்கிறீர்கள்
நான் உடுக்கிறேன்
நீங்கள் பொலிவுறுகிறீர்கள்
நான் சுவாசிக்கிறேன்
நீங்கள் உயிர்வாழ்கிறீர்கள்
எனினும்
என் செயலை
உங்கள் சொற்களே
தீர்மானிக்கிறது

சோர்வடைவதும்
திடப்படுத்திக் கொள்வதும்
ஒருபாதியாக மட்டும் இருக்கவியலாது
என்பதை அறிந்தவர்கள் தானே நீங்கள்

நான் முழுமையைப் போற்றுகிறேன்
அதனால் உங்களோடு வாழ்கிறேன்.

64

இன்னமும் காதல் இருக்கிறது
என்பதால்
துரோகத்தின் உச்சத்தை சந்திக்கும் இரவில்
தனிமையை எதிர்கொள்வது
அத்தனை எளிதில்லை
காயத்தின் வழியாக
அன்பு ஊடுருவும் இரவுகளில்
விரக்தியுற்ற மனதுள் ஒலிக்கிறது
இன்னமும் இருக்கிறது நமக்கான வெளி
எனும் காதலின் நீட்சி
மேலும் மனம் விரும்புவது குழந்தைமையை.
அப்பொழுது யாரேனும்
செல்லப்பிராணியைக் கொஞ்சுவது போலொரு
நேசத்தைப் பொழிய மாட்டாரா என்ன
என்பதே உயிர்த்திருத்தலின் மிச்சம்.

65

மகப்பேறு மருத்துவச்சி ஒருத்தி
ஒருபோதும்
இரவில் முழுமையாக உறங்குவதில்லை
வாழ்நாளெல்லாம்
பிள்ளைப் பிறப்பு காண்பதற்காகத்
தன்னை அர்ப்பணித்தவள்

பெண் ஒருத்தி உண்டான நாள் தொடங்கி
பேறு காலம்வரை
இவளும் விழித்திருப்பாள்
கனிந்து விழும் பழம்போல
கையசைத்து காலசைத்து
ரத்தமும் சதையுமாக
சுழன்று விழும் குழந்தையைக் காண
உடல் நோகத் தாயழுது
இரவெல்லாம் விழித்திருக்க
குழந்தை குரல் கேட்கையில்
இவளுக்கும் விடிந்துவிடும்.

66

மணல் துகளை
பெருமலையென உணர்ந்துகொள்ள
பெரியவர்களுக்கு அதிக காலம் பிடிக்கிறது
இன்னும் சிலருக்குப் பிடிபடுவதேயில்லை

பனிமலைகளை பால் பொங்கி வழிகிறதென்றும்
வயல்களை பச்சைக் கடலென்றும்
மழையை வானம் அழுகிறதென்றும்
இடியின் ஓசையை மத்தளமென்றும்
அலையை நதியென்றும்
என்னவாகவோ புரிந்துகொள்ளும்
குழந்தைகளின் உலகத்தில் நுழைவதென்பது
இரவின் கனவுகளுக்குள் நுழைவதுபோல்.

67

இது என்ன காலம் அன்பரே
நிலமும் பொழுதும் இல்லாது போயின
என்கிறீரா
எனில்
பெண்ணும் மனதும் அறியாது போய்விட்டீரா
மேலும்
ஒன்றை நீங்கள் உணரவேயில்லை
நாங்கள் மேன்மைமிக்க
உன்னதக் காதலில் கட்டுப்படுகிறவர்கள்

உடலும் நிலமும் ஒன்றே
நாமறிவோம்
பாடிக்கொண்டும் விதைத்துக்கொண்டும்
நாமிருந்தோம்
விளைந்துகொண்டும் பெருகிக்கொண்டும்
இருந்தன அவை

மகிழ்ந்திருந்தோம்

பெண்ணுடலை மட்டும் போகம் என்றீர்கள்
விளைகிற நிலம் என்றீர்கள்

முப்போகம் விளைச்சலை பெருக்குகிறோம் என்றீர்கள்
பொறுத்துக்கொண்டோம்
பொறுமை பெண்ணுக்கு அணிகலன் என்றீர்கள்
கேட்டுக்கொண்டோம்

எல்லாம் போகட்டும்
என்னவாக மாறிப் போனீர்கள் இன்று
குருதிவழியும் உடலின் கதவைத் திறந்து
எந்த சொர்க்கத்தினுள் நுழையப் போகிறீர்கள்
பாலின வன்முறையை நீங்களே கண்டுபிடித்தீர்கள்
துண்டாடப்படும் சதையானோம் நாங்கள்
இப்போது ஏனிப்படி நிலத்தைப் பாழ்படுத்துகிறீர்கள்
உங்கள் வீட்டிற்கு வரும் வழியை மறந்து விட்டீர்களா
அம்மையொரு பெண்ணென்றும்
அவளுக்கு அம்மை
அம்மைக்கு அம்மையென
பெண்களால் சூழ்ந்த உலகில்
நீங்களே அம்மணமாய் நிற்கிறீர்கள்.

68

குளிர் கோடை வசந்தம் இலையுதிர்
காலங்களில்
அந்தந்தப் பருவத்துக் கனிகளைத்
சேகரிக்கிறோம்

நாட்டுப்புறங்களிலிருந்து
மென்தளிர் இலைகளினால் போர்த்தப்பட்டு
நடைபாதை கூடை
தள்ளு வண்டிக் கடை
குளிர்பதனக் கண்ணாடிப் பெட்டி
எனப்பிரித்து வகைபடுத்தப்பட்டிருக்கும்
அவற்றை
அந்தக் கனிகாலம் முடிவதற்குள்
பங்கிட்டு விடுகிறோம்

ஒரு பருவம் பூத்து
மறுபருவம் காய்த்துக் கனிகிற பழங்களில்
சுவையாய்
பருவங்களையே உணர்கிறோம்.

69

இசை நடன அரங்கு அது
நிகழ்ந்த நிகழ்விற்கும்
அடுத்த நிகழ்விற்கும் இடையே
திரை இறக்கப் படுகிறது
இறக்கப்பட்டத் திரைக்கும்
உயர்த்தப் படுகிற திரைக்கும் மத்தியில்
ஓராயிரம் காட்சி மாற்றங்கள்.

70

அவன் முத்தமிட்டான்

கணந்தோறும் விரிந்து மூடும்
பட்டாம்பூச்சியின் சிறகசைவுக்குள்
அத்தனை மென்மையாக
மேலும் சில
துயரார்ந்த நினைவுகளில்
வன்மையாக

வேறுவிதமாக அல்லாமல்
ஒரு முத்தத்தை
அதுவாகவே கொடுக்க வல்லவன்

முத்தம் அவனது இசையாக இருக்கிறது
அல்லது முத்தங்களையே இசைப்பவன்

இடுகிற பொழுதுகளில்
வாங்கப்படுகிற விதங்களை ரசிப்பவன் அவன்.

✸

அவள் முத்தமிடுகிறாள்

அக்கணத்தின்
உடலின் இயக்கத்தையும்
மனதின் அசைவுகளையும்
உதடுகளில் குவித்துவிட அறிந்தவள்

அவளின் மிக ஆழத்தினின்று தோன்றியது
மேலும்
அடர்வும் நிதானமுமாக
நின்றெரியும் நீலச்சுடர் அது

வாங்குவதிலும் வழங்குவதிலும்
தேர்ந்த அவளின்
நீண்ட உயிர்ப்புள்ள முத்தங்களினால்
கடினமான அவன் பயணம்
எளிமையாகியிருக்கிறது.

✸✸✸

சக்தி ஜோதி (1972)

தேனி மாவட்டத்தில் முல்லையாற்றின் ஈரம் படர்ந்திருக்கும் அனுமந்தன்பட்டி கிராமத்தில் பிறந்து, மருதாநதி கரையின் அய்யம்பாளையத்தில் வசிக்கிறார் சக்தி ஜோதி. பெற்றோர் : பாண்டியன், சிரோன்மணி.

தமிழில் முதுகலைப் பட்டம் பெற்றிருக்கிறார். சங்க இலக்கியத்தில் முனைவர் பட்ட ஆய்வு மேற்கொண்டிருக்கிறார். நீர்செறிவு மேலாண்மையைக் கவனப்படுத்தி செயல்படுகிற இவர் விவசாயம் மற்றும் பெண் கல்வியை மையப்படுத்தி சமூகப் பணியாளராக இயங்கி வருகிறார்.

பணிநிமித்தமாக சீனா, இலங்கை, மலேசியா, சிங்கப்பூர், அமெரிக்கா, தாய்லாந்து, இஸ்ரேல், போர்ச்சுக்கல் ஆகிய நாடுகளுக்கு பயணித்திருக்கிறார்.

இவரது கவிதை தொகுதிகள்

நிலம் புகும் சொற்கள் - 2008

கடலோடு இசைத்தல் - 2009

எனக்கான ஆகாயம் - 2010

காற்றில் மிதக்கும் நீலம் - 2011

தீ உறங்கும் காடு - 2012

சொல் எனும் தானியம் - 2013

பறவை தினங்களைப் பரிசளிப்பவள் - 2014